# விரலிடுக்கில் வெளிச்சம்

ராஜிலா ரிஜிவான்

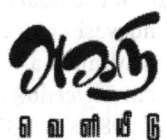

வெளியீடு

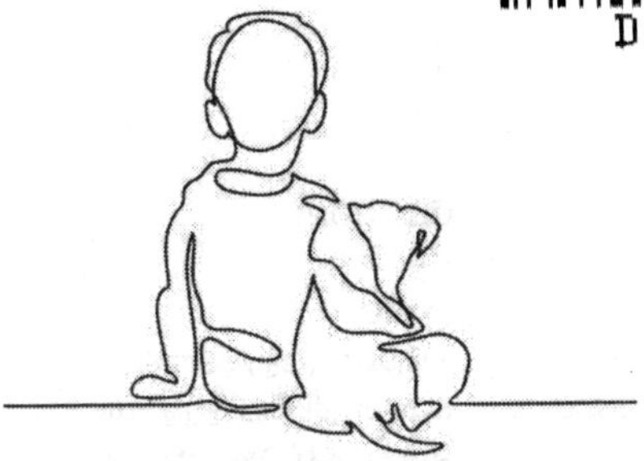

வெளியீடு : 115
ISBN : 978-93-82810-80-3

## விரலிடுக்கில் வெளிச்சம்
(ஹைக்கூ கவிதைகள்)

© ராஜிலா ரிஜ்வான்

| | | |
|---|---|---|
| முதல் பதிப்பு | : | மே 2021 |
| பக்கம் | : | 64 |
| விலை | : | ரூ.70/- |
| ஒளியச்சு | : | வந்தை முருகுபாரதி |
| முன்னட்டை வடிவமைப்பு | : | கம்பம் சி.சித்தேந்திரன் |
| அச்சாக்கம் | : | எம்.வி.ஆப்செட் பிரிண்ட்ஸ், சென்னை-5 |
| வெளியீடு | : | அகநி வெளியீடு, |
| | | எண் : 3, பாடசாலை வீதி, |
| | | அம்மையப்பட்டு, வந்தவாசி - 604 408 |
| | | திருவண்ணாமலை மாவட்டம் |
| | | பேசி : 98426 37637 / 94443 60421 |
| | | மின்னஞ்சல் : akaniveliyeedu@gmail.com |

**Viralidukkil Velicham**
**(Haiku Poems)**

© Rajila Rizwan

| | | |
|---|---|---|
| First Edition | : | May 2021 |
| Pages | : | 64 |
| Price | : | Rs.70/- |
| Laser Print | : | Vandhai Murugubharathi |
| Front Wrapper | : | Cumbum C.Chithendran |
| Printing | : | M.V. Offset prints, Chennai-600 005. |
| Published By | : | AKANI VELIYEEDU, |
| | | No : 3, Padasaalai Street, Ammaiyappattu |
| | | Vandavasi - 604 408 |
| | | Thiruvannamalai District |
| Email | : | akaniveliyeedu@gmail.com |
| | | Cell : 98426 37637 / 94443 60421. |

# இயற்கை எழுதிய மனதின் பதுமை...

கீழ்த்திசைப் பண்பாட்டில் துளிர்த்து, இன்றைக்கு உலகின் திசையெல்லாம் பூத்துக் குலுங்கும் கவிதை வடிவம் ஹைக்கூ தவிர வேறில்லை. குறுகத் தரித்த குறளாய் மூவரியில் எழுதப்படும் ஹைக்கூ கவிதைகளின் அடிநாதமாக இருப்பது இயற்கை நேசமே.

சங்கக் காலம் தொட்டே தமிழர்களின் வாழ்வு இயற்கையோடு இயைந்ததே. மகாகவி பாரதி வழி அறிமுகமாகி, தமிழ் மண்ணில் ஒரு நூற்றாண்டினைக் கடந்திருக்கிற ஹைக்கூ கவிதைகள், இன்று பலரும் விரும்பிப் படிக்கும் / எழுதும் கவிதை வடிவமாக மாறியிருக்கிறது.

கவிக்கோ அப்துல்ரகுமான் முதன்முதலாக நேரடியான தமிழ் ஹைக்கூ கவிதைகளை எழுதித் தொடங்கி வைக்க, அமுதபாரதி, அறிவுமதி, ஈரோடு தமிழன்பன், மித்ரா, எ.மு.ராசன், அவைநாயகம், கழனியூரன், பரிமளமுத்து என ஹைக்கூ முன்னோடிகளின் அணிவகுப்பில், தமிழ் ஹைக்கூ செறிவும் காட்சியழகும் கொண்டதாகச் செழித்து வளரத் தொடங்கியது.

தமிழில் இயற்கையைப் பாடுபொருளாக்கி மிகச் சிறந்த ஹைக்கூ கவிதைகளை அதிகமாகப் படைத்த பெருமைக்குரியவர் கவிஞர் மித்ரா. அவரது 'ஹைக்கூ கவிதைகள்' நூல் வெளிவந்து, முப்பதாண்டுகள் கடந்துவிட்டன.

தமிழ் ஹைக்கூ இன்றைக்கு உலக அரங்கில் தனக்கான கவனிப்பைப் பெற்றிருந்தாலும், கவிஞர் மித்ரா தனது ஹைக்கூ கவிதைகளில் இயற்கையைக் கொண்டாடிய அளவிற்கு வேறு கவிஞர்கள் யாரும் எழுதவில்லை என்பது கால்நூற்றாண்டுக் கவலையாக இருந்தது. இந்தக் கவலையைப் போக்கும் கவிமருந்தாக, தனது ஹைக்கூ கவிதைகளின் வழியே தமிழில் இயற்கையை அதிகம் கொண்டாடும் கவிஞராக அறிமுகமாகிறார் ராஜிலா ரிஜ்வான்.

வைகையாற்றின் ஈரச்சாரலில் நனைந்து, மேற்குத் தொடர்ச்சி மலையின் பசுமைப் போர்த்திய இயற்கையழகில் மனம் லயித்து, அதனைத் தனது ஹைக்கூ கவிதைகளில் மிக அழகாகவும், நேர்த்தியாகவும், செறிவாகவும் காட்சிப்படுத்தியுள்ளார் ராஜிலா ரிஜ்வான்.

கவிக்கோவும், மித்ராவும் இன்றிருந்திருந்தால் இவரின் கவிதைகளை வாசித்துவிட்டு, மிகுந்த உற்சாகத்தோடு வரவேற்றிருப்பர். அதனாலென்ன... தமிழ்கூறு நல்லுலகம் அந்தப் பணியைச் செய்யுமென நம்புகின்றோம்.

தமிழ் ஹைக்கூவிற்கு புதுவரவாகும் கவிஞர் ராஜிலா ரிஜ்வான், தனக்கான தனித்துவமான முத்திரையை இந்த நூலின் வழியே பதிப்பார் என்பது திண்ணம்.

**- பதிப்பாளர்**

# தீபத் திருவிழா...

கவிதாயினி ராஜிலா ரிஜ்வானின் ‘விரலிடுக்கில் வெளிச்சம்’ ஹைக்கூத் தொகுப்பு, இலக்கிய உலகில் தனித்தடம் பதிக்க வருகிறது. முகநூலில் முத்திரை பதித்துவரும் இந்தக் கவிதாயினி, ஏராளமான பாராட்டுக்களையும், எண்ணற்ற விருதுகளையும், பரவலான கவனத்தையும் தன் பக்கம் குவித்து வருகிறார்.

கவிதாயினியின் இந்த வெளிச்சத் தொகுப்பு, ஒரு தீபத் திருவிழாவையே கொண்டாடுகிறது. எவ்வாறெனில் இதிலுள்ள ஒவ்வொரு ஹைக்கூவும் அழகிய அகல் விளக்கை நமக்குள் ஏற்றி வைக்கிறது. இண்டு இடுக்குகளில் இருக்கும் இருளையும் மெல்லக் கலைத்து வெளியேற்றுகிறது. அதனால் வாழ்த்துகிறேன்.

ராஜிலாவின் ஹைக்கூக்கள், எளிமையானவை. எனினும் வலிமையான தாக்கத்தை ஏற்படுத்தும் தன்மை கொண்டவை. இனிமையாய் மென்குரலில் பேசும் இவரது கவிதைகள், இதயத்தின் ஆழத்தில் இறங்கி எதிரொலிக்கும் வித்தகம் கற்றவை. சொல்லப்போனால், இவருடைய ஹைக்கூக்கள் ஆரவாரத்தை எழுப்பவில்லை. வார்த்தைச் சாகசங்களில் குதிக்கவில்லை. எதிர்பாரா அதிர்ச்சியை ஏற்படுத்தவும் முனையவில்லை. செயற்கையாகத் தம்மைக் கவனப்படுத்த அவை எந்த முயற்சியிலும் இறங்கவில்லை. ஆனால் இவரின் ஹைக்கூக்கள் மென்மையாகவும் மேன்மையாகவும் நம் சிந்தனைக் கதவுகளைத் திறக்கின்றன. உணர்வின் சுவர்களில் மாய ஓவியத்தைத் தீட்டிக் காட்டுகின்றன. ஏதோவொரு இசைக் கருவியை ஏந்தி, ஏதோ ஓர் இசையை வாசித்தும் காட்டுகின்றன.

ஆழ்ந்த ரசனையையும் அன்பையும் குழைத்துக்கொண்டு புன்னகைத்தபடியே வருகிற இவரின் ஹைக்கூக்கள், சகல திக்கிலும் பிரவேசித்து, மலர்கள், பறவைகள், மழைத் தாரைகள், காடுகள், மரங்கள், யானைகள், பட்டாம்பூச்சிகள், கோயில் மணி, நிலா, சூரியன்

என்று உயர்ந்த உலகத்தில் புழுங்கியபடியே, அன்பின் பிரார்த்தனை மண்டபத்திற்குள் நம்மை அழைத்துச் செல்கின்றன. மனிதத்தின் பாடலை உயிர்த் துடிப்போடு பாடுகின்றன. இவையே இவரது ஹைக்கூக்களின் பலம்.

எதிலும் புதுப்பார்வை, எங்கும் தனிப்பயணம், எல்லாவற்றிலும் புதுச்சுவடு, என்று இயங்கிவரும் கவிதாயினி, இந்தத் தொகுப்பிலும் தன் இருப்பை இனிதாகவே நிகழ்த்திக் காட்டுகிறார்.

ஆசையை விலக்கச் சொன்ன புத்தனுக்கு விழி மூடிய தியானக் கோலமே அடையாளம் என்பார்கள். ஆனால் நம் கவிஞரோ –

'சிற்பியின் ஆசை
இமைகள் திறந்தபடியே
புத்தர் சிலை.'

என்கிறார். இவர், சிற்பியின் உளிகளால் புத்தனின் தியானத்தைக் கலைக்க முயல்கிறாரா? இல்லை, புத்தனே விழித்துக்கொள் என்று அவரை இனிதாக எச்சரிக்கிறாரா? என்று, நம்மையும் சிந்தனை மரத்தடியில் அமர வைத்து விடுகிறார்.

இதேபோல், இயற்கையின் மாலை நேர மாயத்தை ரசிக்கும் கவிஞர்,

'அந்திப்பொழுது
அழகாய்த் தெரிகிறதே
நீருக்குள் சூரியன்.'

என்று ஏதோ ஒரு நீர் நிலையின் முன் நம்மை நிற்கவைத்துக் காட்டும் காட்சி, இதயம்வரை ஒளிர்கிறது.

இந்தத் தொகுப்பில் உள்ள அனைத்துக் கவிதைகளும் இப்படியான அனுபவத்தையே நமக்குள் அரங்கேற்றுகின்றன.

கவிதாயினி ராஜிலா ரிஜ்வான், ஹைக்கூத் திருவிழாவை இங்கே நடத்தினாலும், இவரது புகழ், 'விருத்தத்தை'ப் போல், சீர்களின் எண்ணிக் கையில் வளர்ந்துகொண்டே செல்ல வேண்டுமென வாழ்த்துகிறேன். இவரது சாதனைகளைப் பாராட்ட காலதேவதை, பூங்கொத்தோடு காத்திருக்கிறாள்.

14.4.2021 – **ஆரூர் தமிழ்நாடன்**

## தனித்த அடையாளத்தோடு மிளிரும் கவிதைகள்

மூர்த்தி சிறிது கீர்த்தி பெரிது என்பார்கள் ஆன்மீகத்தில். இலக்கியத்தில் இந்தச் சொல்லுக்கு எடுத்துக்காட்டாய் விளங்குவது ஹைக்கூ. ஆம்; இந்தச் சின்ன விதைக்குள்தான் ஒரு பெரிய விருட்சமே ஒளிந்திருக்கிறது.

நமது இந்திய நாட்டிற்குள் ஹைக்கூ அறிமுகமாகி நூற்றாண்டுகளைக் கடந்துவிட்டது. கடந்த இருபது ஆண்டுகளில் ஹைக்கூவின் வளர்ச்சி என்பது இமாலய வளர்ச்சி என்றால் மிகையல்ல. ஏனைய கவிதை வடிவங்களை விட அனைவரையும் எளிதில் ஈர்த்துவிடக் கூடிய நேர்த்தி ஹைக்கூவிற்கு உண்டு. எனவே தான் பல கவிஞர்களின் முதல் கவிதைத் தொகுப்பாக ஹைக்கூவே இன்று திகழ்கிறது. அது மட்டுமின்றி பல்கலைக்கழக மாணவர்களின் ஆய்வுக்காகவும் ஹைக்கூ இன்று பரவலாக எடுத்து கையாளப்பட்டுக் கொண்டிருக்கிறது.

நாம் அனைவரும் அன்றாட வாழ்க்கையில் ஒவ்வொரு நாளும் எவ்வளவோ நிகழ்ச்சிகளை, காட்சிகளைக் காண்கிறோம். அவை நம்மை இன்பத்தில் ஆழ்த்தியோ, சோகத்தில் தள்ளியோ நகர்கின்றன. ஆனால், எல்லோரும் எல்லாவற்றையும் சிந்தித்துப் பார்ப்பதில்லை. ஆராய்ந்து கொண்டிருப்பதுமில்லை. பலரும் நினைப்பதோடு நிறுத்திக் கொள்கிறார்கள். ஒரு சிலரே தங்களைப் பாதித்த விசயங்களைச் சமுதாய கண்ணோட்டத்தோடு எழுத்தில் பகிரவும் செய்கிறார்கள். இவைகளே இலக்கியங்களாகின்றன.

ஹைக்கூ மரபு சார்ந்த இலக்கியம். ஜப்பானில் இன்றும் அவ்வாறுதான் மரபு சார்ந்து எழுதப்பட்டுக் கொண்டிருக்கிறது. ஆனால் தமிழில் மரபினைத் துறந்தாலும், ஹைக்கூவின் சில கட்டமைப்புகளோடும், பண்புகளோடும் நாம் அவற்றை வடிவமைத்து எழுதிக் கொண்டிருக்கிறோம். நாம் இங்கு ஹைக்கூவில் இயற்கையை மட்டும் பேசுவதில்லை. சமுதாய மாற்றங்களை, சமூகச் சாடல்களையும் நமது பண்பாட்டு, கலாச்சாரத்திற்கு ஏற்ப எழுதத் துவங்கி விட்டோம். ஏனெனில் ஒவ்வொரு கவிதை

வடிவங்களும் அந்தந்த மொழிகளின் போக்கிற்கும், மக்களின் வாழ்க்கை முறைக்கும் மாற்றமாவது இயற்கையே.

ஹைக்கூ எவரையும் எளிதில் வசப்படுத்தும் ஆற்றல் கொண்டது.

பார்ப்பதற்கு எளிமையாக காட்சி தந்தாலும் வெகுநுட்பமான கவிதை வடிவம் ஹைக்கூவாகும்.

முகநூலில் சமீப காலங்களில் எழுதிக் கொண்டிருக்கும் பல கவிஞர்களில் கம்பம் நகரைச் சேர்ந்த கவிஞர் ராஜிலா ரிஜ்வானின் ஹைக்கூ கவிதைகள் தனித்த ஒரு அடையாளத்தைப் பெற்றவையாக காணப்படுகின்றன. ஹைக்கூவிற்கே உரித்தான பல பண்புகள் அவரது கவிதைகளில் ஆங்காங்கே பரவலாகக் காணப்படுவதைக் கண்டிருக்கிறேன். 'விரலிடுக்கில் வெளிச்சம்' எனும் இந்த ஹைக்கூ தொகுப்பும் அவரின் தேர்ந்த ஹைக்கூ கவிதைகளோடு மிளிர்வதைக் காண முடிகிறது.

உதாரணமாக -

'கோவில் மணியை
அசைக்கப் பார்க்கிறதோ
அந்தப் பட்டாம்பூச்சி.'

இந்தக் கவிதையை கண்ணுற்றதும் சட்டென நமக்கு ஜப்பானிய கவிஞர் பூசனின்,

'ஆலய மணியின் மீது
ஓய்ந்து உறங்குகிறது
வண்ணத்துப் பூச்சி'

என்ற கவிதை நம் சிந்தனையில் வலம் வருவதைத் தவிர்க்க முடியவில்லை. பல கோணப் பார்வையில் விரியும் இந்தக் கவிதை, படிம உத்திக்கும் எடுத்துக்காட்டாகத் திகழ்கிறது.

'பூக்களை வாரியிறைக்கும்
அந்த மரத்திற்கே தெரியும்
தான் பட்ட கல்லெறிகள்.'

பயன் தரும் மரமாக இருந்தாலும், பலன் தரும் மனிதராக இருந்தாலும் வேதனைகளைச் சுமந்தே விடியலை வழங்க முடிகிறது என்பது எவ்வளவு நிச்சனமான உண்மை.

'நிலவில் விழுந்து
சத்தம் எழுப்புகிறது.
சொட்டும் மழைநீர்.'

மழை நீரானது நிலவில் விழுந்து சத்தம் எழுப்புகிறதா..? இது எப்படி சாத்தியம்..! கவிஞனின் கலைக் கண்ணில் இதுவும் சாத்தியமே.

மழை விழுந்து ஓய்ந்த இரவுப்பொழுது. இல்லங்களின் ஓரங்களில் சற்றே தேங்கியிருக்கும் மழைநீரில் அப்போதுதான் வெளிவரும் நிலவு, தன் வெளிச்ச முகம் காட்ட, கூரையில் இருந்து வடியும் நீரோ, தேங்கிய நீரில் காட்சி தந்த நிலவின் பிம்பத்தில் விழுந்து சத்தமெழுப்புகிறது. என்னவொரு அழகியல் காட்சிப் பதிவு.

'நகரும் நத்தை
நகராமல் நிற்கிறது...'

ஏன்... நத்தை நகராமல் நின்றுவிட்டது..? தடையாக இடையில் வந்தது என்ன..? வாசகனது கவனத்தைப் பலவிதங்களில் திருப்பி, யோசிக்க வைக்கும் இக்கவிதை

'சிறுவனின் பார்வை.'

என முடியும்போது... அட... நகராமல் நிற்பது சிறுவனின் பார்வையா..? என நம்மை வேறொரு சிந்தனைக்குள் ஆழ்த்திவிடுகிறது. ஹைக்கூவின் முரண் உத்தியைக் கையாண்டு சிறப்பாகப் படைக்கப்பட்டிருக்கும் ஹைக்கூ இதுவெனச் சொல்லலாம்.

பல நல்ல கவிதைகளோடு வெளியாகியிருக்கும் கம்பம் ராஜிலா ரிஜ்வானின் 'விரலிடுக்கில் வெளிச்சம்' ஹைக்கூ நூல், பல விடியல்களை ஹைக்கூ உலகில் உருவாக்கி, வெற்றியடைய மனப்பூர்வமான எனது வாழ்த்துக்களைத் தெரியப்படுத்திக் கொள்கிறேன்.

அனேக ப்ரியங்களுடன்,

14.04.2021 – அனுராஜ்

ஏக இறைவனின் திருப்பெயரால்...

# ‘விரலிடுக்கில் வெளிச்சம்’

**எ**ம் இலாஹி துவக்கப் பள்ளி ஆசிரியை மு.ராஜிலா பர்வின் அவர்களின் நன்முயற்சியின் ஓர் ‘அரிய வெளிச்சம்’. இன்று அது அருகம்புல் அளவிற்குத் தெரிகிறது. இறைவனின் கிருபையால் விரைவில் ஆலமரமாவது திண்ணம்.

ஏனெனில் இவரது படைப்பில் ஆய்வுக்கு எடுத்துக்காட்ட இருப்பது ஏராளம்... ஏராளம்.

இன்றைய இடுக்கு வெளிச்சம் முழுநிலவு ஆகும் நாள் தொலைவில் இல்லை.

வல்ல இறைவன் அவரது முயற்சிக்கு எல்லையில்லாக் கருணையை வாரி வழங்குவானாக... ஆமீன்.

உங்கள் அன்பு,

27.04.2021

**- மு.ஷாகுல் ஹமீது**

தாளாளர்,

இலாஹி பள்ளிகள்,

கம்பம்.

## எழுத்தினால் வரையப்பட்ட ஓவியம்

மதுரை காமராசர் பல்கலைக்கழகத்தில் முனைவர் பட்ட ஆய்வாளராக இருந்த சமயத்தில் நானும் எனது அறை நண்பர் தொல்காப்பியனும் மாலைப்பொழுதொன்றில் ஹைக்கூ குறித்து பேசிக்கொண்டது தற்சமயம் நினைவுக்கு வருகிறது.

சிறிது நேரம் நடந்த உரையாடல் தேநீரோடு முடிவடைந்தபோது, ஹைக்கூ குறித்த புரிதலில் துவக்க நிலையில்தான் நான் இருந்தேன். ஹைக்கூ என்பது கண்முன் கண்ட காட்சியை எழுத்தால் வரைவது என்பதை உணர்வதற்குள் ஆண்டுகள் பல கரைந்து சென்றுவிட்டன.

கவிஞரும் உடன் பணிபுரியும் சக ஆசிரியையுமான, ராஜிலா ரிஜ்வானின் முதல் ஹைக்கூ தொகுப்பான 'விரலிடுக்கில் வெளிச்சம்' என்னும் இந்நூலை வாசித்து முடிக்கையில், ஒவ்வொரு கவிதையும் ஒவ்வொரு விதமான காட்சியை மனக்கண்ணில் தோற்றுவித்ததைக் கண்டு வியப்படைந்தேன்.

முதல்தொகுப்பிலேயே காட்சியைக் கண்முன் நிறுத்துவதில் முழுத்தேர்ச்சியைப் பெற்றிருக்கிறார்.

தொகுப்பின் கவிதைகளை வாசிக்கத் தொடங்கிய பொழுது, மனதுக்குள் காட்சிகளோடு சில இலக்கிய வரிகளும் தோன்றி மறைந்தன.

> 'சிறிது நேரம்
> பயணித்துப் பின் ஓய்கிறது
> மழைத்துளியில் சூரியன்.'

என்னும் கவிதை, மழைத்துளியுடன் பயணித்து தரை வந்து சேரும் சூரியனின் சிறிது நேரப்பயணத்தை அழகாகக் காட்சிப்படுத்துகிறது.

மழைத்துளிக்குள் பிரம்மாண்டமான சூரியனை அடைத்த வரிகளை மீண்டும் மீண்டும் வாசித்த பொழுதில் ‘திருவள்ளுவ மாலை’ பாடலொன்று நினைவுக்கு வந்தது.

‘தினையளவு போதாச் சிறுபுல்நீர் நீண்ட பனையளவு காட்டும்’ என்னும் அப்பாடலில், நெடுந்தொலைவில் வானுயர ஓங்கி வளர்ந்து நிற்கும் பெரிய பனைமரத்தின் உருவம், தினையைவிட சிறிதாகக் காணப்படும் புல்லின் மேல் படர்ந்துள்ள நீர்த்துளியில் தெரிவதாக கபிலர் அழகாகக் காட்சிபடுத்தியிருப்பார்.

‘அடர்ந்த காடு
யானையின் வழித்தடம் எங்கும்
உதிர்ந்த பலாச்சுளைகள்.’

என்ற இன்னொரு ஹைக்கூவை வாசித்து முடித்தவுடன் குறிஞ்சி நிலம் கண்முன் காட்சியாகத் தோன்றியது.

பல்வேறு அர்த்தங்களும் மனக்கண்ணில் விரிந்து நின்றன. பலா மரங்கள் பல திரண்டுள்ள மூங்கில் நெருங்கிய மலையில் யானைகள் கூட்டமாகச் செல்லும் என்ற பொருளினை உடைய

‘பலவுப்பல தடைஇய வேய்பயி லடுக்கத்து யானை செல்லினம’ என்னும் அகநானூற்றுப் பாடலொன்றும் நினைவுக்கு வந்தது.

இத்தொகுப்பில் எழுதுவதற்கும் பேசுவதற்கும் நிறையக் கவிதைகள் இருக்கின்றன. நட்புரையில் அதிக பக்கங்கள் எடுத்துக்கொள்வது அழகல்ல. ஆனாலும் இத்தொகுப்பு குறித்த என்னுடைய உரை இத்துடன் முடியக் கூடியதல்ல.

இந்நூல் செறிவுடன் வெளிவருவதற்கு ஆழமாக உழைத்த அன்புக்கவிஞரும் அகநி வெளியீட்டின் உரிமையாளருமான, பிரியமிகு நண்பருமாகிய கவிஞர் மு.முருகேஷ்-க்கு நெஞ்சார்ந்த நன்றிகளும் அன்பும்.

அவரை விடுத்து நட்புரை எழுதுவது என்பது அறமாகாது. கவிஞர் ராஜிலா ரிஜ்வான் மேலும் பல நூல்களை இயற்றி, இலக்கியத்திற்கு வளம் சேர்ப்பதற்கு என்றென்றும் எனது பிரார்த்தனைகளும் வாழ்த்துகளும்.

அன்புடன்,

**– கூடல் தாரிக்**

கம்பம்.

## உதிர்ந்து விழும் ஒரு இறகின் மனநிலையிலிருந்து...

மலர்ந்த பூக்களைப் பறிக்காமல் அந்த செடியிலேயே விட்டுச்செல்வது எத்தனை அழகானதோ, அத்தனை அழகானது நாம் ரசித்த ஒன்றை வரிகளாக்குவது... வலிந்து இழுக்காமல் இயல்பாகவே எழுதப்படும் ஒன்றே கவிதையாகிறது. குறிப்பாக, ஹைக்கூவாகிறது... உதிர்ந்து விழும் ஒரு இறகின் மனநிலையிலிருந்து எழுதப்படும் பொழுது மனம் இலேசாகிறது.

கடந்த நான்கு ஆண்டுகளில் ஒவ்வொரு சூழலிலும் நான் கண்டு ரசித்த... வியந்த... ஒன்றையே உங்கள்முன் வரிகளாய் சமர்ப்பித்திருக்கிறேன்.

2002இல் இருந்து தினமலர் ‘நோட்டீஸ் போர்டு’ பகுதியில் ‘பர்வின்’ என்கிற எனது பிற்பாதிப் பெயரில் மூன்று வரிகளில் நிறைய எழுதியுள்ளேன்... அவைதான் ஹைக்கூ என்றே தெரியாமல்.

ஹைக்கூவை அறிந்து எழுதத் தொடங்கிய பின்புதான், இந்த இயற்கையை... சின்னச்சின்ன உயிர்களை... இந்தச் சமூகத்தை... ஒரு புரிதலுடன் கவனிக்கத் தொடங்கினேன். நம்மைச் சுற்றியுள்ள அனைத்தும் ஏதோ ஒன்றை நமக்குச் சொல்லிக்கொண்டுதான் உள்ளன. நாம் தான் அவற்றைக் கண்டுகொள்வதில்லை. கடந்து சென்று விடுகிறோம்.

உதிர்ந்த சருகும்... இறகும்... மழைத்துளியும்... நிலவும்... சொல்ல வருவதைக் கவனித்தால் அத்தனையும் அதிசயம்தான்.

ஹைக்கூவைப் படைக்க நிறைய வாசித்தால் மட்டும் போதாது... இயற்கையை நேசிக்கத் தெரிந்திருக்கவும் வேண்டும்.

சில நேரங்களில் நான் எதேச்சையாகக் கண்ட ஒரு காட்சி, என்னையே சுற்றிச் சுற்றி வரும். அதை வரிகளாகும் வரை எனை விடாது. சில நேரங்களில் தூக்கத்தில் கூட அந்த வரிகள் எனக்கு வருவதுண்டு.

என் ஹைக்கூவை வாசிக்கும்பொழுது அந்தச் சூழலுக்கே உங்களையும் அந்த வரிகள் கொண்டுசெல்லும் என்பதில் எனக்கு ஐயமில்லை.

நான் ரசித்த ஒன்றை நீங்களும் அதே மனநிலையில் ரசித்தால், ஏதோ ஒரு சூழலில் அதைக் காணும்போது எனை நினைத்தால்... அதுவே எனக்கான மாபெரும் வெற்றிதான்.

புதிய வாசகர்களுக்காக...

ஹைக்கூவை வாசிக்கும்பொழுது மூன்று வரிகளையும் ஒரே மூச்சாகப் படித்துவிடாமல் முதல் இரண்டு வரிகளை மட்டும் வாசித்து நிறுத்துங்கள். மூன்றாம் வரியில் என்ன வரும் என்று சில மணித்துளிகள் யோசித்து, பின்னர் மூன்றாம் வரியைப் படியுங்கள். மீண்டும் முதலிலிருந்து மூன்று வரிகளையும் படித்துப் பாருங்கள். ஒரே ஹைக்கூவை நான்கு ஐந்து முறை படிக்கும்பொழுது அதன் அழகு உங்களையும் தொற்றிக்கொள்ளும்.

ஆரம்ப காலத்தில் எனது ஹைக்கூக்களில் தவறுகளைச் சுட்டிக்காட்டி வழிகாட்டிய ஆசான் ‘நிலாவில் ஒரு ஹைக்கூ’ நிறுவனர் திரு. Sathar Mohamed Asaath (இலங்கை) அவர்களுக்கு...

விருதுகள் வழங்கி கௌரவிக்கும் முகநூல் குழுமங்கள் மற்றும் பாராட்டி ஊக்குவிக்கும் முகநூல் நண்பர்களுக்கு...

என் நலனில் அக்கறையுள்ள அனைவருக்கும்...

இந்நூல் பதிப்பாளர் திரு. மு.முருகேஷ் சகோதரர் அவர்களுக்கு...

ஆலோசனைகள் வழங்கிய திரு. கூடல் தாரிக் சகோதரர் மற்றும் திரு. அனுராஜ் சகோதரர் அவர்களுக்கு...

சிறப்பான வாழ்த்துரை வழங்கிய திரு. ஆரூர் தமிழ்நாடன் ஐயா அவர்களுக்கு...

எல்லாவற்றிற்கும் மேலாக ஏக இறைவனுக்கு... நன்றி... நன்றி.

நேசங்களுடன்,

**- ராஜிலா ரிஜ்வான்**

## நூலாசிரியரைப் பற்றி...

**மு.ராஜிலா பர்வின்,** M.Sc.,M.A.,B.Ed.,

தேனி மாவட்டம், கம்பம் இலாஹி தொடக்கப் பள்ளியில் ஆசிரியராக பணியாற்றி வருகிறார்.

ஹைக்கூ தவிர தன்முனைக் கவிதைகள், புதுக்கவிதைகள், மெட்டுக்குப் பாட்டும் எழுதுவார்.

பன்னாட்டு பெண்கள் அமைப்பு மூலமாக 2020இல் சிறந்த தமிழறிஞர்க்கான 'தேன்மொழி விருது' மற்றும்

முகநூல் குழுமங்கள் வாயிலாக 'கவிச்சுடர் விருது', 'பைந்தமிழ் பாமணி விருது', 'நக்கீரர் விருது', 'இசைக்கவி விருது', 'கவிமதி விருது' உள்ளிட்ட இருபதுக்கும் மேலான விருதுகளைப் பெற்றுள்ளார்.

இதுவரை 20க்கும் மேற்பட்ட தொகுப்பு நூல்களில் இவரது கவிதைகள் இடம்பெற்றுள்ளன. 'ஹைக்கூ 2020'ன் தொகுப்பு ஆசிரியர்களில் ஒருவர்.

உலக சாதனை நிகழ்வாக, உடனடி கவிதைத் தொகுப்பான 'மலர்கள் தீட்டிய வரைவுகள்' நூலிலும் இவரெழுதிய தன்முனைக் கவிதைகள் இடம்பெற்றுள்ளன.

## இந்நூல்

உயிர் கொடுத்த தாய், தந்தைக்கும்...
**C.M.முஹம்மது சுல்தான்**, B.Sc., B.Ed.,
இலாஹி தொடக்கப் பள்ளி, தலைமை ஆசிரியர் (ஓய்வு),

**மு.ராஹிலா பேகம்**

உயிரான கணவருக்கும்...
**K.M.முஹம்மது ஹனிஃபா ரிஜ்வான்**, M.B.A.

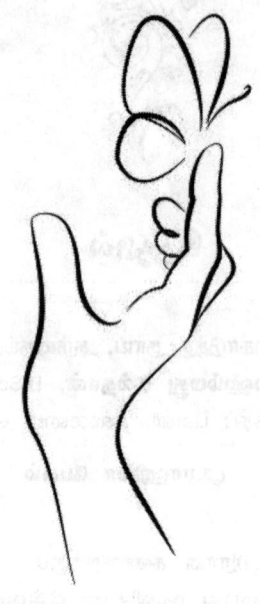

பட்டாம்பூச்சிப் பிடிக்க
விரலோடு வருகிறது
பூவின் ஓரிதழ்.

✳

சிறிது நேரம்
பயணித்துப் பின் ஓய்கிறது
மழைத்துளியில் சூரியன்.

கூழாங்கற்கள்
இன்னும் மிச்சமாக உள்ளன
மீன்களின் முட்கள்.

✳

பூக்களை வாரியிறைக்கும்
அந்த மரத்திற்கே தெரியும்
தான் பட்ட கல்லெறிகள்.

✳

விடியற்காலைத் தூக்கம்
சத்தமிட்டு எழுப்புகிறது
சாளரத்தில் சிட்டுக்குருவி.

✳

கிழிந்த ஆடை
ஊடுருவிச் செல்கிறது
ஊசியுடன் நூல்.

✳

குழம்பு வாசம்
வாசலையே சுற்றிவரும்
எதிர்வீட்டுப் பூனை.

ராஜிலா ரிஜ்வான்

வழக்கமாக வரும் பறவைகள்
எங்கே சென்றிருக்கும்?
பள்ளி தொடர்விடுமுறை.

✳

ஒற்றை ரோஜா
பறித்ததும் விழுகின்றது
ஒரு துளி வானம்.

✳

தடித்த கள்ளிச்செடி
துளைத்தெடுத்த கூட்டில்
பறவையின் முட்டை.

✳

சட்டென விழித்துப் பார்க்க
சாளரக் கம்பிகளின் வழியே
மழை நீர்த்துளி.

✳

புயல் எறிந்த வலைகள்
இன்னமும் மாட்டியிருக்கும்
இறந்த மீன்கள்.

கிராமத்து வீடு
நலம் விசாரித்துச் செல்கிறது
சாளரம் வழி தென்றல்.

✻

முழு நிலவில்
மிதந்து வருகிறது
உதிர்ந்த மலர்.

✻

கார்மேகங்கள்
சட்டென சேர்ந்துவிடும்
பட்டியில் கால்நடைகள்.

✻

கடைசிச்சொட்டு தேநீர்
உள்ளிறங்குகையில் உதிக்கும்
மனதில் ஒரு ஹைக்கூ.

✻

உதிரும் கொன்றை
மேலும் அழகாகும்
அத்தப்பூக் கோலம்.

ராஜினா ரிஜ்வான்

வந்தமர்ந்த காகம்
இடம் மாறிச் செல்கிறது
கிளையிலிருந்து அணில்.

✳

தாமரைத் தடாகம்
சுற்றிலும் அழகாக...
கால்த்தடங்கள்.

✳

புல்லாங்குழல் இசை
மெல்லக் கடந்துசெல்கிறது
சத்தமின்றி ஒரு குயில்.

அமைதியான மயானம்
சலனமற்று தள்ளாடும்
ஒற்றைச் சுவாலை.

✻

வண்ணத்துப்பூச்சி
பூவில் அமர்ந்ததும் படபடக்கும்
சிறுவனின் மனம்.

✻

அருவியின் இரைச்சல்
சலனமின்றிக் கடக்கிறது
ஒற்றை இறகு.

✻

முன்னேறும் அலைகள்
பின்னோக்கிச் செல்கின்றன
கடற்கரையில் கால்கள்.

✻

கரும்புக் காடு
அவ்வப்போது கடந்துசெல்லும்
யானைக் கூட்டம்.

ராஜினா ரிஜ்வான்

கடலின் எல்லையைத் தேட
அங்கேயே தான் தொடங்கும்
நீல வானம்.

✳

சாரல் மழை
அறை முழுவதும்
தேநீர் வாசம்.

✳

அடர்ந்த காடு
அநாயாசமாய் பறக்கிறது
அந்தப் பறவையின் இறகு.

✳

யானைக் கூட்டம்
ஒரு பக்கமாகச் சரிந்து நிற்கும்
ஆற்றில் படகு.

✳

சிற்பியின் ஆசை
இமைகள் திறந்தபடியே
புத்தர் சிலை.

அமைதியான காடு
சத்தம் அதிகமாகக் கேட்கும்
குயிலின் ஓசை.

✻

பறித்த நாற்றுக்கட்டு
நெளிந்து செல்கிறது
காலடியில் மண்புழு.

✻

மரத்தடிக்குச் செல்ல
தலையில் வந்தமர்கிறது
உதிர்ந்த இலை.

✻

தவறி விழுந்த அணில்
தாங்கிப் பிடிக்கிறது
சிறுவனின் கை.

✻

நிலவில் விழுந்து
சத்தம் எழுப்புகிறது
சொட்டும் மழைநீர்.

ராஜிலா ரிஜ்வான்

பலமாக அசைத்தும்
நகராமல் நிற்கும்
எருமை முதுகில் காகம்.

✽

பூக்களை மிதிக்காமல்
நடந்து சென்ற கால்த்தடத்தில்
நசுங்கிய சில எறும்புகள்.

✽

மேலெழும் பறவை
மெல்ல நகர்ந்துபோகும்
நிழலின் மேல் நண்டு.

தாமரைப் பூ
மலர்ந்ததும் வெளிவருகிறது
உள்ளிருந்து வண்டு.

✸

மதிய உணவுவேளை
வரிசையில் நிற்கும்
மரக்கிளையில் காகங்கள்.

✸

இரவுநேர மழை
விழும் நிலையில்
நனைந்த மண் சுவர்.

✸

வெட்டிய மரம்
கீழே விழுந்து கதறுகிறது
கூடிழந்த குஞ்சு.

✸

உதிர்ந்த இலை
உயிரைக் காக்கும்
குளத்தில் எறும்பு.

ராஜினா ரிஷ்வான்

கொடியில் துணி
காற்றடித்ததும் ஊஞ்சலாடும்
பட்டாம்பூச்சி.

✳

தேநீரின் சுவை
கூடிக்கொண்டே வருகிறது
ஹைக்கூவின் ஆழம்.

✳

மலை உச்சி
ஏற ஏறக் குறைகிறது
உடல் வெப்பநிலை.

✳

எரியும் நெருப்பு
பெரிதாகிக்கொண்டே போகும்
விழும் நிழல்.

✳

வறண்ட குளத்தில்
நிலவைத் தேடும்
தேரை.

மழைத்துளி பட்டதும்
சிலிர்த்தெழுகிறது
உறங்கிய பூனை.

✵

பள்ளி வளாகத்தில்
பஞ்சமே இல்லை
சிற்றுயிர்களுக்குத் தீனி.

✵

காலியான இடம்
பிடித்துக்கொள்கிறது
வலை பின்னும் சிலந்தி.

✵

மலை முகடு
மறைந்துகொண்டே போகும்
மாலை நேரச் சூரியன்.

✵

மழைக்காலம்
வாசலை நிறைக்கும்
உதிர்ந்த பூக்கள்.

கிளைகளுக்கிடையில் கூடு
மரம் அசைய விழுகிறது
அதனுள்ளொரு மஞ்சள் இலை.

❈

சற்றே தலைகுனிய
தெளிவாய்த் தெரிகிறது
சாளரம் வழி நிலா.

❈

விழும் அருவி
எழுந்து ஓடிவிடுமோ?
மடியிலுள்ள ஆடு.

❈

கூட்ட நெரிசல்
செத்துப் பிழைக்கிறது
காலடியில் எறும்பு.

❈

இரவு நேர மழை
வானைப் பிளக்கிறது
வெட்டும் மின்னல்.

நகரும் நத்தை
நகராமல் நிற்கிறது
சிறுவனின் பார்வை.

✳

மழை நாள் இரவு
விட்டுவிட்டுக் கேட்கிறது
சிள்வண்டின் சத்தம்.

✳

மலர்ந்திடும் பூக்கள்
குறைந்துகொண்டே வரும்
வண்டுகளின் எண்ணிக்கை.

ராஜினா ரிஜ்வான் 29

இரை தேடும் கோழி
சிக்கித் தவிக்கிறது
அலகில் புழு.

✳

மழை நாள்
நனையவேயில்லை
புற்றுக்குள் எறும்பு.

✳

கல்லுடைக்கும் இடம்
அதிர்வுடனே நகர்கிறது
கட்டெறும்பு.

✳

மரத்தில் உளி
தட்டத் தட்ட அதிகமாகும்
கிளையிலிருக்கும் குயிலோசை.

✳

தொங்கும் ஒட்டடை
காற்றில் நடனமாடும்
உதிர்ந்த இலை.

புதிய கன்றுகள்
வேப்பமரத்தின் மேல்
காக்கைக் கூடுகள்.

※

தலைகீழாய் மான்
அசைந்தபடியே
குளத்து நீர்.

※

உலுக்கிய மரம்
தலைமேல் விழத் தொடங்கும்
நாவல் பழங்கள்.

※

பூனை நகர்ந்ததும்
சிங்கம் வருகிறது
கலைந்திடும் மேகம்.

※

உயிர் வாழும் போராட்டம்
விண்ணிலும் தொடருமோ...
பருந்தின் அலகில் எலி.

ஒற்றை இறகு
குளத்தில் விழுந்ததும்
அசையும் நிலா.

✳

தலைகோதும் குருவி
உற்றுப் பார்க்க
உதிர்ந்து விழும் இறகு.

✳

தட்டானின் இறகு
நினைவில் வருகிறது
இலை நரம்பமைவு.

✳

அடர்ந்த காடு
யானையின் வழித்தடமெங்கும்
உதிர்ந்த பலாச்சுளைகள்.

✳

தேவாலயம்
சுற்றியுள்ள மணலில்
மீன் வாசம்.

கடல் அலை
உள்நோக்கிச் செல்கிறது
ஒற்றைச் செருப்பு.

☀

முறிந்த மரக்கிளை
நுனியில் தொங்குகிறது
குட்டிக் குரங்கு.

☀

பாத யாத்திரை
கூடவே தொடர்ந்து வரும்
வளர்ப்பு நாய்.

ராஜினா ரிஜ்வான்

தட்டான் அமர
சிதறி விழுகிறது
புல்லின் மேல் பனித்துளி.

✳

காக்கையின் அலகில்
மீண்டும் கிளைக்குத் திரும்பும்
உதிர்ந்த இலை.

✳

பவுர்ணமி இரவு
மெல்ல அசைந்தபடியே
குளத்தில் நிலா.

✳

குளிர்ந்த காலைப்பொழுது
போர்த்தியிருக்கும்
புல் மேல் பனித்துளி.

✳

மானைத் துரத்தும் புலி
சுற்றிச் சுற்றி வரும்
வானில் கழுகு.

பிளந்த பாறை
இடுக்கில் நகர்ந்தபடியே
புதிய சிற்றருவி.

✧

பூ மணக்கும் தோட்டம்
இடைவெளி இல்லாமல்
குருவிகளின் சத்தம்.

✧

தவளை தாவ
மேலெழும்பும்
தாமரையிலிருந்த தும்பி.

✧

நீர் இறைக்க
மேலே வரும் வாளியில்
அசையும் நிலா.

✧

இருட்டைப் பிடிக்க
விரலிடுக்கில் கசியும்
மின்மினிப்பூச்சியின் வெளிச்சம்.

ராஜிலா ரிஜ்வான் 35

மலையை ரசிக்க
பின்னால் நகர்கிறது
உச்சியில் சூரியன்.

✻

முதல் மழை
துளிர் விடுகிறது
பறவையின் எச்சம்.

✻

ஈர மண்
சட்டென ஒட்டிக்கொண்டது
உதிர்ந்த இலை.

✻

கொட்டும் மழை
எட்டிப் பார்க்கிறது
கூரை இடுக்கில் பாம்பு.

✻

இலையில் தங்கிய மழை
தாகம் தணிக்கிறது
காக்கைக் குஞ்சு.

இறகினை விரித்து
சூழலைக் கதகதப்பாக்கும்
குஞ்சுகளுக்காகத் தாய்க்கோழி.

✳

அந்திப்பொழுது
அழகாகத் தெரிகிறதே...
நீருக்குள் சூரியன்.

✳

காற்றடிக்க
மெதுவாக அசைந்து ஆடுகின்றன
தென்னாங்கீற்றுகள்.

கொந்தளிக்கும் கடல்
அமைதியாயிருக்கும்
கலங்கரை விளக்கம்.

✳

அடர்ந்த காடு
ஊடறுத்துத் தரையில் விழும்
குட்டிக்குட்டியாய் சூரியன்.

✳

விமானம் பறக்க
உடன் எழும்பிப் பறக்கும்
புறாக் கூட்டம்.

✳

புயலில் உயிரிழப்பு
இன்னமும் கணக்கில் வராமல்
அடை காத்த குஞ்சுகள்.

✳

தேயிலைத் தோட்டம்
நிறைந்து வழிகின்றது
அட்டைப்பூச்சிகளால் இரத்தம்.

கள்ளிச்செடியில்
நேர்த்தியாகப்
பறவையின் கூடு.

✳

வட்ட வட்ட அச்சுகள்
தரையெங்கும் உடையும்
நீர்க்குமிழிகள்.

✳

திரும்பும் திசை
எங்கும் அழகான
ஹைக்கூக்கள்.

✳

கூடிழக்கும் குஞ்சுகள்
புதிதாக முளைத்திருக்கும்
அடுக்குமாடி வீடுகள்.

✳

பொது ஊரடங்கு
நிதானமாக நடந்துசெல்லும்
நெடுஞ்சாலையில் காகம்.

ஆழ்ந்த தியானம்
கலைத்து விடுகிறதே...
பறவையின் எச்சம்.

✴

காட்டு வழிப்பயணம்
கூடவே தொடர்ந்திடும்
பூச்சிகளின் சத்தம்.

✴

எறிந்த கல்
மெல்லக் கலைகிறது
குளத்தின் அமைதி.

✴

சாளரக் கம்பி மீது
சிட்டுக்குருவி அமர்ந்ததும்
விழுகிறது மழைத்துளி.

✴

ஒற்றையடிப் பாதை
பனி விலகத் தெரிகிறது
அடர்ந்த காடு.

ஊரடங்கு காலம்
கோவில்மணிக்குள்
வலை பின்னும் சிலந்தி.

✳

இரவு நேரப் பயணம்
இடைவெளிவிட்டுத் தொடரும்
மின்மினிப்பூச்சி.

✳

அடர்வனத்துப் பூக்கள்
சுற்றியுள்ள பனித்துளிகளில்
சிறிதளவு வானம்.

ராஜிலா ரிஜ்வான்

வண்டு நகர்ந்ததும்
அசையும் பூவின்மேல்
ஒரு பட்டாம்பூச்சி.

*

இளவேனிற்கால பவுர்ணமி
புல்லாங்குழல் இசையுடன் நகரும்
ஒற்றைப் படகு.

*

பல வகைப் பூக்கள்
சிரித்த முகத்துடன்
மயானத்தில் பிணம்.

*

மரத்தடித் தூக்கம்
சட்டையில் ஒட்டியபடி திரும்பும்
உதிர்ந்த பூ.

*

மிதமான காற்று
குளத்தின் மேல்
சிறு சிறு வளையங்கள்.

பாதச் சுவடுகளில்
ஊர்ந்துவரும்
நண்டுகளின் கால்த்தடங்கள்.

✳

நின்ற மழை
சாளரத்தில் சொட்டும்
துளித்துளியாய் வானம்.

✳

பறக்கும் பறவை
சட்டென மறைகிறது
மணல்வெளியில் அதன் நிழல்.

✳

தேன் நிரம்பிய மலர்
நகராமல் நிற்கிறது
அந்தப் பட்டாம்பூச்சி.

✳

சாமியின் சிலை
காற்றில் அசைந்தபடியே
கருவறையில் தீபம்.

ராஜினா ரிஜ்வான்

பூச்சியுண்ட இலை
உற்று நோக்க
உலக வரைபடம்.

∗

புத்தர் சிலை
அசையாமல் நிற்கும்
தோளின்மேல் காக்கை.

∗

வளைவுகளில்
ஒன்றையொன்று முந்திச் செல்லும்
பட்டாம்பூச்சிகள்.

∗

பசி வந்ததும்
பறந்து விடுகிறது
கூட்டிலிருந்து குருவி.

∗

அடர் மூங்கில் வனம்
நிழலின்றித் தொடர்கிறது
தனிமையில் பயணம்.

பட்டிக்குள் அடையும்
கடைசி ஆட்டின் முதுகில்
செல்லமாய் ஒரு தட்டு.

✳

சீடனின் கவனம்
சற்றும் இடம் மாறவில்லை
அந்தப் பட்டாம்பூச்சி.

✳

கல்லறைச் சிலுவை
காற்றடித்ததும் பறக்கிறது
உதிர்ந்த சருகு.

ராஜினா ரிஜ்வான்

மலையுச்சியில் சூரியன்
எளிதில் கடந்து செல்கிறது
ஒரு பறவை.

✳

அந்திநேர மழை
மண் சுவரை ஒண்டியபடியே
கோழிகளுடன் பூனை.

✳

உதிர்ந்த இலைகள்
அதிக சத்தமெழுப்புகின்றன
விளையாடும் அணில்கள்.

✳

பூக்கள்
வாங்கி வந்த கூடைக்குள்
சில தேனீக்கள்.

✳

மறையும் சூரியன்
எதிர்த்திசையில் பார்க்க
முழு நிலா.

தூரத்துப் பச்சை
அருகில் சென்றதும் பறக்கிறது
கிளையிலிருந்த கிளி.

*

தானியத்தை வீசியெறிய
மெல்லக் கீழிறங்குகிறது
மரத்திலிருந்து புறா.

*

மூங்கில் காட்டில் ஓடை
சலசலப்புடன் கேட்கும்
கருங்குயிலின் ஓசை.

*

போதி மரத்தடி
சலனமின்றி
உதிரும் இலை.

*

போர்த்தியிருக்கும் இருள்
நொடிதோறும் புரட்டிப் போடுகிறது
அலையடிக்கும் கடல்.

ராஜிலா ரிஷ்வான்

பெருமழைக்குப் பின்
தொடரும் அமைதியைக் குலைக்கும்
அந்தக் குயிலின் ஓசை.

✳

குச்சிகளை விட்டுவிட்டு
கம்பியைத் தேடி எடுக்கிறது
கூடுகட்டும் காக்கை.

✳

கோவில் மணியை
அசைக்கப் பார்க்கிறதோ?
அந்தப் பட்டாம்பூச்சி.

✳

நீண்ட தனிமை
நேரம் செல்லச் செல்ல
மனதிற்குள் புத்தரின் நிலை.

✳

தெறிக்கும் நீர்த்துளிகள்
படிந்த மூக்குக்கண்ணாடியில்
குட்டிக்குட்டி வானவில்கள்.

வானம் முழுதும் அலைந்துவிட்டு
சற்றுமுன் தான் ஓய்வெடுத்தது
இந்த இறகு.

✳

சவக்குழி
வேகமாக நிறைகிறது
மழை நீர்.

✳

நடைபயிற்சியின் வேகம்
மெல்லக் குறைகிறது
கடந்துசெல்லும் பட்டாம்பூச்சி.

ராஜிலா ரிஜ்வான்

ஆழ்ந்த தியானம்
இடையிடையே
குருவிகளின் சத்தம்.

❊

மாட்டுச்சாணத்தில்
சக்கரத்தின் தடம்
நசுங்கியபடி ஒரு ஈ.

❊

புல்வெளியில் அமர்ந்து எழ
ஆடையில்
இரவு பெய்த மழை.

❊

கூட்டத்தில்
முன்னால் செல்கிறது
கால் உடைந்த நாய்.

❊

புத்தரைப் போதிக்கிறேன்
தோளில் அமர்ந்து செல்கிறது
உதிர்ந்த சருகு.

கூச்சலிடும் குருவி
கண்விழித்துப் பார்க்கும்
தூளியில் குழந்தை.

✳

வீசியெறிந்த கல்
முகத்தில் பட்டுத் தெறிக்கும்
சில துளிகள்.

✳

சோளக்காட்டில்
சுற்றித் திரியும் தட்டான்
வாலில் அறுந்த நூல்.

✳

மழைக் காற்று வீச
வாசலில் திரண்டிருக்கும்
ஈசல் இறகுகள்.

✳

ஒன்று ஏற, ஒன்று இறங்க
சந்திக்கும் இடத்தில் பேசிக்கொள்ளும்
அணில்கள்.

ராஜிலா ரிஜ்வான்

மழைக்கு ஒதுங்கிய கப்பல்
கரை தட்டி நிற்கிறது
வீட்டு முற்றத்தில்.

✴

யார் துணையும் இன்றி
சுகப்பிரசவம் நடந்தது
பக்கத்து வீட்டுப் பூனைக்கு.

✴

வெயிலைப் பழகிய பின்
எங்கும் அலைவதில்லை
நிழலைத் தேடி.

✴

மூடியை மெல்ல
அசைத்துப் பார்க்கும்
உலையில் கொதிக்கும் நீர்.

✴

மின்கம்பியில் இடைவெளிவிட்டு
அமர்ந்திருக்கும் காகங்கள்
இரண்டு மட்டும் ஜோடியாய்.

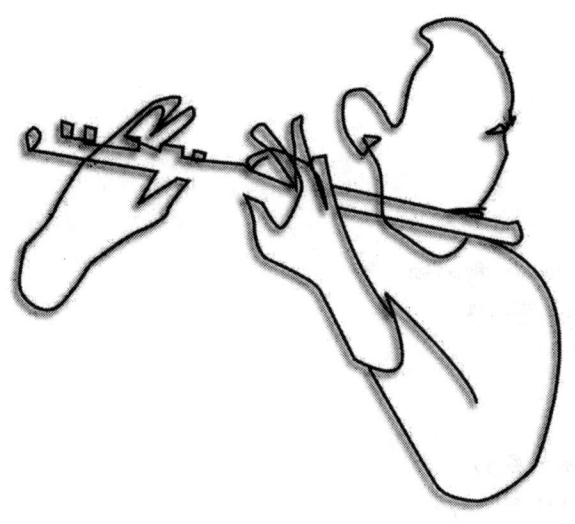

புல்லாங்குழல் எடுத்துச் செல்கிறேன்
கூடவே வருகிறது
மூங்கில் காடு.

*

பழைய கல்லறை
வாசம் வருகின்றது
புதிய பூமாலை.

*

ஈர மண்
ஆங்காங்கே புதிதாய்
எறும்புப் புற்றுகள்.

ராஜிலா ரிஜ்வான்

ஆற்றங்கரையில் சிறுவன்
அருகில் நடுங்கியபடி
நாய்க்குட்டி.

*

ஓய்வெடுக்கும் இறகு
மெல்லத் தட்டி எழுப்பும்
தென்றல் காற்று.

*

தேனெடுக்கும் சிட்டு
கீழே தவறி விழுகிறது
அலகிலிருந்து ஒரு துளி.

*

பறவை அமர்ந்த மரம்
சரியாகச் சென்று சேர்கிறது
உதிர்ந்த இறகு.

*

அதிகாலை நடைபயிற்சி
அடிக்கடி மிதிபடுகின்றன
புல்லில் அமர்ந்த பனித்துளிகள்.

வெட்டி வீழ்த்திய மரம்
திசை மாறிப் பயணிக்கும்
தேனீக் கூட்டம்.

☀

மலைப் பாதை
வழியெங்கும் தொடர்ந்திடும்
உணவிற்காகக் குரங்குகள்.

☀

தவளைச் சத்தம்
மெல்ல அடங்கிவிடும்
மத்தியான மழை.

☀

முள்வேலியில் அமர்ந்ததோ
ஒட்டியிருக்கிறதே...
குருவியின் இறகு.

☀

தப்பியோடும் புள்ளி மான்
நன்றாக மாட்டிக்கொண்டது
கொம்புகளில் கொடி.

ராஜிலா ரிஜ்வான்

முறிந்த மரக்கிளை
எப்போது கீழே விழுமோ?
அந்தப் பறவையின் கூடு.

❋

பட்ட மரம்
காலடியிலேயே
காய்ந்த சருகு.

❋

சிறிய மழை தான்
பெரிதாக நனைந்து விடுகிறது
காக்கையின் கூடு.

❋

தேன் சுரக்கும் மலர்
சிறகடித்துப் பறக்கிறது
மகரந்தத் துகளுடன் பட்டாம்பூச்சி.

❋

ஆழ்ந்த தியானம்
இடையிடையே
குருவிகளின் சத்தம்.

விண்வெளிப் பயணம்
முடித்துத் திரும்புகிறது
தோட்டத்தில் ஒரு தும்பி.

✷

உதிக்கும் சூரியனைத்
உச்சியில் தாங்கியபடியே
எதிர்வீட்டுக் கூரை.

✷

எத்தனையோ நாட்கள்
சேர்த்த சுள்ளிகள்
இன்று அழகிய கூடு.

ராஜிலா ரிஜ்வான்

கடும் வெயில்
குறையும் வழி தெரியாமல்
சிட்டுக்குருவியின் தாகம்.

☀

வானத்தைத் தொட்டதும்
மெல்லச் சரிகின்றது
பனைமரத்தின் மேல் பார்வை.

☀

முற்றத்தில் சொட்டும் நீர்
கலங்கி, பின் தெளிகிறது
மழைக்காலப் பவுர்ணமி.

☀

புறாக்களின் முட்டை
கழுகினைத் துரத்தும்
கரிச்சான் குருவி.

☀

வீசிய கல்
குதித்து மேலெழும்
குளத்தில் நிலா.

துறவி மடம்
சிறிதும் பெரிதுமாய்
புத்தர் சிலைகள்.

*

காட்டைக் கடக்கும்
யானையின் முதுகில்
ஒரு சிறிய பறவை.

*

பார்வையற்ற யாசகன்
கையில் இன்றும்
பழைய புல்லாங்குழல்.

*

மழையில்லா மருதம்
உழைப்பில்லாமல்
கொல்லையிலே காளை.

*

புத்தர் சிலை
அவ்வப்போது கூர்மையாக்கப்படுகிறது
சிற்பியின் உளி.

காய்த்த மரம்
வெடித்துச் சிதறுகிறது
இலவம்பஞ்சு.

*

உதிர்ந்த இலை
தரையில் ஒட்டிக்கொள்கிறது
பறவையின் எச்சம்.

*

கொய்யா மரத்தடி
அணில்களுடன் விளையாடும்
சருகுகள்.

*

சற்றே நீண்டு
கரையைத் தொடுகிறது
கடலில் கரையும் நிலவொளி.

*

குளிர்கால இரவு
எவ்வாறு கடந்திருக்கும்?
வானில் நிலவு.

ராஜினா ரிஜ்வான்

வறண்ட ஆறு
விரைந்து போகிறது
எறும்புக் கூட்டம்.

✳

விளக்கினை அணைக்க
அறைக்குள் நிரம்பும்
அடர் இருள்.

✳

நான் அமர்ந்ததும்
தள்ளி அமர்கிறது
அந்தப் பட்டாம்பூச்சி.

✳

உடைந்த நிலா
ஒன்று சேர்கிறது
விரலை எடுத்தவுடன்.

✳

பறவையின் எச்சம்
அழகாய்த் தெரிகிறது
கோபுரத்தின் சிலை.

சுனை நீர் அருந்தி
சிறகில் தலை கோதுகின்றன
சிட்டுக்குருவிகள்.

✳

பூங்கா நாற்காலி
இடம் மாறி அமர்கின்றன
காற்றடித்ததும் சருகுகள்.

✳

அழகிய புல்வெளி
இடம் மாறிக்கொண்டே இருக்கிறது
இலை நுனிகளில் தும்பி.

✳

பருவநிலை மாற்றம்
அதிகரித்து வருகிறது
வலசை போதல்.

✳

மலை உச்சியில் மரம்
தனியாக உள்ளது
பறவையின் கூடு.

ராஜினா ரிஜ்வான் 59

குளக்கரை முழுவதும்
இடையனின்
புல்லாங்குழலிசை.

✤

மழைக்காலம்
தொடர் ஓய்வில்
மின்விசிறி.

✤

குளித்துத் திரும்பும்
சிறுமியின் கைகளில்
கூழாங்கற்கள்.

✤

சிந்திய பருக்கை
நகர்த்தும் முயற்சியில்
மொய்க்கும் எறும்புகள்.

✤

தூரத்து நிலா
பக்கத்தில் தெரிகிறது
கடற்கரையில்.

புத்தரின் கரங்கள்
தலை கவிழ்ந்தபடி
உதிர்ந்த பூ.

❋

உயர்ந்த மரம்
இரண்டாகப் பிரியும்
வீசும் காற்று.

❋

அடர்ந்த காடு
முன்னே வழிகாட்டியடி
பெயர் தெரியாதப் பறவை.

❋